माझे ग्रेट आजोबा

पार्थ युवराज नेरकर
MOTHER AND FATHER

Copyright © Parth Yuvraj Nerkar,Mother and Father
All Rights Reserved.

This book has been self-published with all reasonable efforts taken to make the material error-free by the author. No part of this book shall be used, reproduced in any manner whatsoever without written permission from the author, except in the case of brief quotations embodied in critical articles and reviews.

The Author of this book is solely responsible and liable for its content including but not limited to the views, representations, descriptions, statements, information, opinions and references ["Content"]. The Content of this book shall not constitute or be construed or deemed to reflect the opinion or expression of the Publisher or Editor. Neither the Publisher nor Editor endorse or approve the Content of this book or guarantee the reliability, accuracy or completeness of the Content published herein and do not make any representations or warranties of any kind, express or implied, including but not limited to the implied warranties of merchantability, fitness for a particular purpose. The Publisher and Editor shall not be liable whatsoever for any errors, omissions, whether such errors or omissions result from negligence, accident, or any other cause or claims for loss or damages of any kind, including without limitation, indirect or consequential loss or damage arising out of use, inability to use, or about the reliability, accuracy or sufficiency of the information contained in this book.

Made with ♥ on the Notion Press Platform
www.notionpress.com

मी हे पुस्तक माझ्या अद्भुत आई आणि वडिलांना समर्पित करतो, जे मला स्वतःची सर्वोत्तम आवृत्ती बनण्यासाठी नेहमीच प्रेरणा देतात...

अनुक्रमणिका

प्रस्तावना. vii

प्रस्तावना ix

1. बालपणातील जीवन 1
2. सामाजिक जीवन 4
3. वैवाहिक जीवन 7
4. सेवानिवृत्तीनंतरचे जीवन 9

• v •

प्रस्तावना.

<u>My Grand Father</u>

खरं सांगायचे तर मला पुस्तक लिहिण्याची कल्पना शाळेत प्रोजेक्ट करण्या साठी पुस्तकावर लेख लिहिण्याची संधी मिळाली . तसं माझ्यासाठी पुस्तक लिहिणं इतक सोपं नव्हतं! पण प्रोजेक्ट दिला होता. म्हणून मी सारखा मनात विचार करत होतो. की आपण लिहायचं तरी काय सुरुवातीला वाटायचे की आपण पुस्तक लिहिताना चुकलो तर ? कोणी आपल्याला हसलं तर ? म्हणून मी माझे विचार कल्पनानी एक दोन

पुस्तके तशी मी लिहिली, पण आता मी ठरवलं की मी वास्तविक जीवनावरच पुस्तक लिहावं आणि माझ्या आजोबांचे विचार माझ्यासमोर आलेत . मी ठरवलं की खरोखरच सत्य परिस्थिती वर आधारितअसलेलं माझ्या बाबांचं जीवन चरित्र याच्यावर पुस्तक लिहावं. तसं बाबानी घरासाठी व समाजासाठी खूप मोलाचे काम केलं म्हणून त्यांच्याविषयी मला खूप आदर वाटतो. आईच्या व मामा मावशींच्या व इतर समाजातील लोकांच्या तोंडून मला नेहमीच त्यांची स्तुती व त्यांचा कार्य काय केलं आहे याच्या विषयी माहिती मिळत असे . म्हणून मला अचानकच त्यांच्याविषयी लिहिण्याची कल्पना मनामध्ये आली की आपण इतर कुणाचं लिहिण्यापेक्षा आपल्या बाबांनीच समाजासाठी घरासाठी एवढं काही केलं आहे तर मग आपणच त्यांच्याविषयी लिहावं कारण इतर कल्पनांनी बनवलेल्या पुस्तकांपेक्षा वास्तविक जीवनातील पुस्तक लिहिणं फारच मला आवडायला लागलं.

आणि ही माझी कल्पना मी माझ्या वडिलांना आणि आईंना सांगितले मग त्यांनीही म्हटलं की तुझी इच्छा असेल तर तू बाबांविषयी लिहू शकतो. मग माझ्या वडिलांनी ही मला प्रोत्साहन दिले आणि बरीचशी माहिती मी मोठ्यांकडून ऐकून त्यांच्याविषयी लिहिण्याचे ठरवले. खरं तर माझी इच्छा होती की माझे बाबांचे एवढे निस्वार्थपणे केलेलं कार्य नेहमीच आम्हाला प्रेरणा देणार रहावं . म्हणून हा छोटासा प्रयत्न मी करत आहे.

प्रस्तावना

खरे सांगायचे तर, मी झोपेत असताना या पुस्तकाचा प्रथम विचार केला. माझ्या डोक्यात एक कल्पना आली आणि विचारांची रेलचेल सोडण्यासाठी मी क्षणभरही थांबू शकलो नाही. म्हणून, मी उठलो, लाईट चालू केली, माझा लॅपटॉप घेतला आणि माझे विचार टाईप केले. मी कल्पना लिहित असताना, मला सुरुवातीला खूप भीती वाटली. कारण पुस्तक लिहिणे हे माझ्यासाठी सामान्य आव्हान नव्हते. आयुष्यात पहिल्यांदाच लिहायला घाबरलो. माझ्या मनात 1000 प्रश्न येत होते. लोकांना माझे पुस्तक आवडेल का? त्यांना ते मजेदार किंवा आकर्षक वाटेल? पण, नंतर माझ्या मनात आलेल्या पहिल्या कल्पनेचा मी विचार केला. माझ्यासारख्या लोकांसाठी मी पुस्तक लिहावे.

1

बालपणातील जीवन

तसं आजोबांचा जन्म सर्वसामान्य कुटुंबातच झाला होता. तापी नदीच्या काठावर बसलेल छोटसं गाव "रूंधाटी" दिवसभर कष्ट करून आपल्या मुलांना चांगल्या प्रकारे शिक्षण मिळावं . ही आई वडिलांची खटाटोप असायची. त्यांच्या वडिलांचे नाव परशुराम व आईचे नाव रुखमाबाई . आजोबा सगळ्यात थोरला मुलगा होता. त्यांचा जन्म 01.06.1950 रोजी.जामोद येथे मामाच्या गावी झाला. तसे ते थोरले असल्याकारणाने त्यांचे बरेचसे लाड मामाच्या गावी झाले. त्या काळात त्यांचे मामा श्रीमंत होते. त्यांनाही भरपूर प्रेम आजोबांकडून मिळालं. पण इकडची परिस्थिती जरा बेताचीच होती. आजोबांना चार भावंडे व दोन बहिणी असं त्यांचं कुटुंब होतं. भावंडे लहान होते .त्यांच्याआईना नेहमी वाटायचे की आपल्या मुलाने शिक्षण घेऊन मास्तर झाले पाहिजे. आईची शिस्त खूप होती. म्हणून ती नेहमी कष्ट करून मुलांना शिकवण्याचा प्रयत्न करत असे, कारण त्यांना वाटायचे

की आपण जसे कष्टाचे दिवस काढत आहोत .असे आपल्या मुलांनी काढू नये म्हणून त्यांचा शिक्षणावर जास्त भर होता. आईचा हट्ट होता की मास्तर व्हावं म्हणून बाबांना आईंची तळमळीचीआणि परिस्थितीची जाणीव होती. आर्थिक परिस्थिती बेताची असताना देखील परिस्थितीवर मात करून शिक्षण घेण्याची आवड निर्माण झाली. बाबाही तसे खूपच हुशार असल्याकारणाने त्यांनीही परिस्थितीची जाणीव ठेवून शिक्षणासाठी प्रयत्न केलेत. त्यांच्या गावात शाळा नव्हती. म्हणून दुसऱ्या गावाला पातोंडा येथील शाळेत शिक्षण घेण्यासाठी त्यांना तीन मैल चालत जावं लागत असे. शिक्षण झाल्यानंतर त्यांना रत्नागिरी येथे नोकरी लागली. आणि त्यांनी त्यांच्या आईचं स्वप्न पूर्ण करून दाखवलं. आईला खूप आनंद झाला की माझा मुलगा मास्तर झाला म्हणून तिच्या आनंदाला पारावारा नव्हता. आईंची आजोबांकडूनं खूप अपेक्षा होती. आजोबा भावांमध्ये थोरले असल्याकारणाने लहान भावांच्या शिक्षणाकडेही लक्ष द्यावं असं त्यांना वाटत असेल. एक दिवस असंच शेतातून काम करून घरी येत असताना त्यांचा पाय घसरला आणि जमिनीवर पडल्या त्यातच हात मोडला . त्यांना दवाखान्यात नेलं उपचारादरम्यानातच कमी वयात दवाखान्यातच देवाज्ञा झाल्या. एवढं सुखी कुटुंब पण क्षणातच पहाड कोसळाव तसं झालं .आईच्या प्रेमापासून पोरके झालेत .बाबा सगळ्यात मोठे असल्याकारणाने अवघ्या कमी वयातच लहान भावंडाची जबाबदारी त्यांच्यावर आली. भावंडाचे अजून प्राथमिकच शिक्षण चालू होते.शिक्षण अजून अपूर्ण होते. तशातच स्वतःला सावरून आपल्या लहान भावांना शिक्षण द्यावं व आपल्या आईचं स्वप्न

पूर्ण करावं या उद्दिष्टाने त्यांनी आपल्या पत्नीला छोट्या छोट्या भावंडांना सांभाळण्यासाठी गावी ठेवले. आणि थोड्या दिवसातच त्यांनीही गावाकडे बदली करून घेतली. त्यांची थोरली बहीण आक्का तिचेही लग्न झाले होते. त्या काळात त्यांना मोठ्या बहिणीच्या नवऱ्याकडून म्हणजेच आप्पांन कडून बरीच साथ मिळाली. कारण एवढ्या लहान चार भावाचं शिक्षण करणं त्यांच्यासाठी जरा आव्हानात्मकच काम होतं. पत्नीची व बहिणीची साथ त्यांना चांगल्या प्रकारे लाभल्यामुळे त्यांना हे काम करणं शक्य झालं. लहान भाऊही अभ्यासात हुशार होते. त्यांनीही मोठ्या भावाच्या आज्ञेनुसार शिक्षण घेत होते. त्यांनाही परिस्थितीची जाणीव झाली होती .म्हणून ते ही मनापासून शिक्षण घेत होते .एकाच पगारावर स्वतःच्या मुलांना सांभाळून भावंडाचे शिक्षण पूर्ण केलं. त्यातच लहान बहिणीचे लग्न . त्यावेळेस पत्नीने खंबीरपणे त्यांना साथ दिल्याने त्यांना त्यांच्या आईचं स्वप्न पूर्ण करता आलं.

2
सामाजिक जीवन

In "1985"

my grandfather school.

त्यांनी त्यांच्या आयुष्यामध्ये सर्वात जास्त शिक्षणाला प्राधान्य दिलं कारण घराची परिस्थिती तशी बेताचीच

असल्या कारणाने शिक्षण हाच पुढे जाण्याचा मार्ग आहे. असं त्यांना माहित होतं म्हणूनच त्यांनी स्वतः एम ए बीएड् पदवी घेऊन शिक्षक पदावर कार्यरत होते. नोकरी इमानदारी ने व मेहनतीने केली. विद्यार्थ्यांचे ते लाडके शिक्षक विद्यार्थ्यांचे त्यांच्यावर खूप प्रेम होते .कारण अजूनही त्यांच्या कडे जुने विद्यार्थी येतच असतात. आणि जुन्या आठवणी सरांनी शिकवलेले धडे त्यांच्या आयुष्यात किती कामात आले ते सांगत असतात. म्हणजेच ते खूप आदर्श शिक्षक होते. इतक्या वरच ते थांबले नाही तर, त्यांनी नोकरी करत असतानाच त्यांच्या गावात शैक्षणिक शिक्षण घेणं फार दुर्मिळ होत असल्याकारणाने गावातील विद्यार्थ्यांना शाळेत जायला पर गावी जावं लागत होते. त्म्हणून त्यांना जवळच शिक्षण उपलब्ध व्हावं म्हणून गावातच शाळा उघडण्याचे त्यांनी ठरवले. गोरगरिबातील व तळाकाळातील मुलांना शिक्षण घेता यावं म्हणून त्यांनी "1985" साली गावातच शाळा उघडली. शाळा उघडण्यासाठी बरीच अशी खटाटोप केली. मुंबईला हेर झाऱ्या करून प्रस्ताव काढला. व माध्यमिक शाळा स्थापन केली. गोरगरिबातील मुलांना शिक्षणाचे दालन उघडून दिले. समाजातील सर्व विद्यार्थ्यांना शिक्षण मिळावं म्हणून त्यांनी आजूबाजूच्या खेड्यांवरील सुद्धा गावांमध्ये शाळा उघडण्यासाठी प्रयत्न केलेत.आणि दोन तीन ठिकाणी शाळा देखील उभारून दिल्या. पदरचा पैसा खर्च करून मुलांना शिक्षण घेण्यास सोपं व्हावं म्हणून गावातच माध्यमिक शाळा उभ्या करून दिल्या. मायांच्या या मेहनतीला फळ देखील आलं. कारण गावातील व आजूबाजूच्या खेड्यातील बऱ्याचअशा मुलांना शिक्षण घेण्यास

• 5 •

अडचणी निर्माण झाल्या नाहीत. शिक्षण घेणं त्यांना सोपी झाले. आणि त्यांचे कुटुंब चांगल्या रीतीने सुधारले. तर कुटुंबच नाही गावाबरोबर आजूबाजूच्या गावाची सुद्धा प्रगती झाली. ते नेहमी म्हणतात, माणसाने नेहमी कार्यरत असावं पुस्तक वाचत राहावे. ज्ञान अर्जितकरावं आणि कधीही कामाला कंटाळा करू नये. शिक्षणाने माणूस किती पुढे जातो हे त्यांनी समाजाला सिद्ध करून दाखवलं. खरंतर त्या काळात त्यांनी समाजासाठी केलेली खटाटोप आणि त्यांचे हे कार्य पाहून आई व इतर समाजा तील लोकांकडून त्याची स्तुती ऐकून मला फार आनंद होतो. की माझे बाबा खूपच ग्रेट आहेत.ज्यासाठी माझे बाबा एक सुपर हिरो आहेत. कधीही न कंटाळणारे आणि न थकणारे असे माझे बाबा.... आजही आम्हा
नातवंडांना भरभरून प्रेम करतात. नातवंड आली म्हणजे त्यांच्यासाठी दिवाळी दसरा असतो. किती पदार्थ त्यांना खाऊ घालावेत आणि किती नाहीत . ते आम्हाला बाजारात नेत असत खाऊची लिस्ट तयार करून रोज एक एक पदार्थ आम्हाला खाऊ घालत असे. माझं तर दिवाळीच्या सुट्टीत गेलो तर ठरलेलं असायचं की रोज बदाम शेख अंजीर शेख असे एक एक करत सर्वे शेख मला ते आनंदाने पाजत असत.

3
वैवाहिक जीवन

आजोबांच्या पत्नीचे नाव वैजंता बाई होते. धार्मिक व सुशील व सुशिक्षित असल्याकारणाने घरातील बऱ्याच अडचणींना सामोरं जाऊन संसार सांभाळात यशस्वी ठरल्या. त्यांना तीन मुली व दोन मुलं अशी अपत्य असं त्यांचं कुटुंब तिघी मुलींना चांगल्या प्रकारे शिक्षण देऊन त्या शिक्षिका झाल्या. जावई पण त्यांना चांगले मिळाले.

माझी आई तशी सगळ्यात लहान मुलगी आईच्या पाठीवर दोन भावंडे. मोठा मुलगा प्रसिद्ध डॉक्टर झाला. मुलाची पत्नी ही डॉक्टर दुसरा मुलगा एम.पी.एस.सी (.M.P.C.)परीक्षा पास होऊन क्लास वन अधिकारी आहे. आणि पत्नी ही उच्च पदावर सर्विस ला आहे. त्यांनी जीवनामध्ये शिक्षणाला जास्त महत्व दिले. म्हणून त्यांनी त्यांच्या भावंडांना व मुलांना सक्तीचे शिक्षण देऊन चांगला नागरिक घडवले. इतक्यावरच थांबले नाही. तर त्यांनी त्यांच्या

माझे ग्रेट आजोबा

जीवनामध्ये बऱ्याच अशा गोरगरिबातील मुलांना मोफत शिक्षण दिले. त्यात त्यांच्या पत्नीचा मोठा वाटा होता. कारण एकाच पगारावर सगळ्यांचे जीवन अवलंबून होतं, म्हणून घरात काटकसर करून व्यवस्थितपणे मुलांचा सांभाळ करून सगळ्या गोष्टी त्यांनी सांभाळून घेतल्या कधीही कुठल्या गोष्टींची तक्रार केली नाही. नेहमी हसतमुख असणाऱ्या आणि प्रसन्न चेहऱ्याच्या सगळ्यांना समजून घेणाऱ्या शिक्षण चांगलं झाले असल्याकारणाने मुलांचा अभ्यासावर त्यांचे बारकाईने लक्ष असायचं घरात नेहमी आनंदी वातावरण एवढे सगळे सांभाळून वेळ मिळाला तर त्या दिवसातून राम नामाची वही पूर्ण करत असे. नेहमी तोंडात देवाचे नामस्मरण व धार्मिक कार्यात त्यांना रुची आहे. खरंतर घराला घरपण आणणाऱ्या अशा पत्नी ची साथ त्यांना मिळाली होती.

• 8 •

4
सेवानिवृत्तीनंतरचे जीवन

नोकरी करत असताना घरासाठी व समाजा साठी त्यांनी भरपूर योगदान दिले. आता सेवानिवृत्तीनंतरही त्यांनी फळबागशेती ही उत्तम रित्या करतात तसेच इतर लोकांच्या मुलांचे विवाह जमवण्याचे काम देखील त्यांनी केले. बरीचशी कुटुंब त्यांच्यामुळे आज आनंदाने जीवन जगत आहेत. सतत घरासाठी आणि समाजासाठी काहीतरी करण्याची त्यांची तळमळ आजही आम्हाला पाहायला मिळते. वयाच्या सत्तरवी ओलांडली तरी त्यांच्या त हा उत्साह बघण्यास मिळतो. खरोखरच बाबांचे कुटुंब फारच मोठ आहे त्यांना पाच मुले व दहा नातवंडे आहेत.अशी त्यांची भली मोठी गोतवाड्यात ते आनंदाने जीवन जगत आहेत. जणू काही त्यांच्या जीवनाचं ते फळच आहे.
आजी ही आमच्यासाठी सुट्टीमध्ये वेगवेगळे पदार्थ तयार करत असे आणि हे सगळं करत असताना त्यांचा चेहऱ्यावरचा आनंद आम्ही मोठ्या उत्साहाने पाहत

माझे ग्रेट आजोबा

असतो. तसं मला एक आठवणीतली गोष्ट त्यांनी समाजाला तर ज्ञान दिलेच पण आम्हाला सुद्धा ते ज्ञान देण्याचं काम करत असतात. अमळनेरला उत्सव भरत असतो. सखाराम महाराजांची पालखी निघत असते. तेआम्हाला स्वतः उत्सवात घेऊन जातात. आणि एक एक गोष्टीची व तेथील जागेचे महत्व आम्हाला समजावून सांगतात. आणि सर्व नातवंडे त्यांच्यावर भरभरून प्रेम करतात आणि हेच त्यांना आनंदी जीवन जगण्यास पुरेसे...

पार्थ युवराज नेरकर

My Grandfather and Grandmother

Made in the USA
Monee, IL
23 August 2025

23974466R00016